இன உணர்வு

AF529600

கலைஞர் மு. கருணாநிதி

Title: Ina Unarvu

Author: M. Karunanidhi

Language: Tamil

First Published on: 1983

Year of Publication: 2024

Book Format: Paperback

*Page Size: 6inch * 9inch*

Category: Essays

Subject: Political Essays

No. of pages: 32

ISBN: 978-81-997059-7-5

Published by: Nilan Publishers, Madurai, Tamilnadu, India

பொருளடக்கம்

குறிப்புகளுக்காக

தலைவர் கலைஞர் அவர்கள்

30-10-1983 அன்று சென்னை கோகலே மண்டபத்தில், மணவழகர் மன்றச் சார்பில் நடைபெற்ற தமிழ்த்தென்றல் திரு.வி. க. நூற்றாண்டு விழாக் கூட்டத்தில் ஆற்றிய அரிய உரையை தி. மு. இளைஞர் அணி இந்நூல் வடிவில் பெருமையோடு வெளியிடுகிறது.

இன உணர்வு

ஆண்டுதோறும் மணவழகர் மன்றத்தினுடைய அழைப் பினையும், மன்றத்தினுடைய காப்பாளர் நீதிபதி கோகுல் அவர்களுடைய அன்புக் கட்டளையையும், அருமை நண்பர் கி. வீரமணி அவர்களுடைய அன்பு வரவேற்பையும் பெறுகின்ற அதே வாய்ப்பு இந்த ஆண்டும், அதிலும் குறிப்பாக திரு.வி.க. அவர்களுடைய நூற்றாண்டு விழா நேரத்தில், எனக்குக் கிடைத்திருப்பது குறித்துப் பெருமையடைகின்றேன். பெரு மகிழ்வு கொள்கின்றேன்.

இங்கே வரவேற்புரையாற்றிய மணவழகர் மன்றத்தினுடைய செயலாளர், 'கருணாநிதி அவர்களை முதலமைச்சராக இருந்தபோதும் அழைத்திருக்கிறோம் ; அப்பொழுதும் வந்திருக்கிறார் : பதவியிலே இல்லாத நேரத்திலும் அழைத்திருக்கிறோம் இப்பொழுதும் வந்திருக்கிறார்" என்று குறிப்பிட்டார். பதவியிலே இல்லாத நேரத்திலே அழைத்தால் தான் வருவேன் என்று நீங்கள் எண்ணத் தேவையில்லை. முதலமைச்சராக இருந்தாலும் வருவேன், தமிழ்வளர்த்ததென்றல் திரு. வி. க. விழாவில் சாதாரண கருணாநிதியாக இருந்தாலும் எந்த நிலையிலிருந்காலும் வந்து வாழ்த்த - அவரைப் பின்பற்ற - அவருடைய கொள்கை களைப் போற்ற- அவருடைய குறிக்கோளை நிறைவேற்ற சாகும் வரையில் தயாராக இருப்பேன் என்பதை மணவழகர் மன்றத்து நண்பர்களுக்கு நான் தெரிவித்துக் கொள்கிறேன். பெரிய பொறுப்புக்களில் - பதவிகளில் இருந்தால் மணவழகரை மறந்துவிடுகின்ற மனப்பான்மை நிச்சயமாக எனக்கு வராது என்பதை நண்பர்களுக்கு நான் சுட்டிக் காட்ட விரும்புகின்றேன்.

இங்கே பேசிய நண்பர் மீனாட்சிசுந்தரம் அவர்களும், அவரைத் தொடர்ந்து அடுத்துப் பேசிய பெரியவர் செங்கல்வராயன் அவர்களும் ஒரு தவறான வானிலை

அறிக்கையைத் தந்தார்கள். அடுத்து- 'புயல் வரும் ! புயல் வரும்!' என்பதுதான் அந்தத் தவறான வானிலை அறிக்கை : 'தவறான' என்கின்ற அடைமொழி கூடத் தேவையில்லை. வானிலை அறிக்கை என்றாலே போதும். அது பெரும்பாலும் தவறாகத்தான் இருக்கும் ! 'மழை வரும்' என்று வானிலை அறிவித்தால் வருவதில்லை. 'இடியுடன் கூடிய மழை பொழியலாம்' என்று எச்சரிக்கையோடுதான் வானிலையிலே கூட அறிக்கை தருவார்கள். 'லாம்' போடுகின்ற காரணத்தால், பெய்தாலும் நாங்கள் அறிவித்தபடி தான் பெய்தது என்றும், அப்படி மழை பெய்யாவிட்டாலும் நாங்கள் அப்பொழுதே பெய்யலாம் என்று தானே சொன்னோம் என்று கூறுவதும் வானிலை அறிவிப்பாளர்களுடைய கெட்டிக்காரத்தனம்!

அதைப்போல இங்கே பெரியவர் செங்கல்வராயன் அவர்களும், நண்பர் மீனாட்சிசுந்தரம் அவர்களும் புயல் வரும் என்று சொன்ன நேரத்திலும் நீங்கள் யாரும் அஞ்சாமல் இந்த மண்டபத்திலே அமர்ந்திருந்த காட்சியைக் காணும் போது நீங்கள் என்னை நம்பி இங்கே உட்கார்ந்திருக்கிறீர்கள். புயல் இன்னும் அரை மணி நேரத்திலே வரும் ; கால் மணி நேரத்தில் வரும் என்று அறிவிக்கப்பட்ட பிறகும், நீங்கள் மண்டபத்தில் இருக்கிறீர்கள் என்றால், இந்த புயல் நமக்குக் கேடு விளைவிக் கின்ற புயல் அல்ல என்கின்ற உறுதிப்பாடான நம்பிக்கை உங்களுடைய உள்ளத்திலே மண்டிக் கிடக்கிறது என்பதை எண்ணி நான் மிகுந்த மகிழ்ச்சி அடைகின்றேன்.

திரு. வி. க. அவர்களுடைய நூற்றாண்டு விழா இன்னும் கோலாகலமாக தமிழகத்திலே கொண்டாடப்பட்டிருக்க வேண்டும் என்ற அந்தக் குறை எனக்கு நெஞ்சத்திலே உண்டு கோகலே மண்டபத்திலே நடைபெறுகின்ற இந்த விழா இன்னும் கூட அலங்காரங்களோடு - திருவிழாகோலத்தோடு நடைபெற்றிருக்குமேயானால் நான் மிகுந்த பூரிப்பு பெற்றிருப்பேன். இங்கே நான் உள்ளே நுழைந்த போது கூட பெரியவர் செங்கல்வராயன் அவர்களிடத்திலும் பேராசிரியர்கள் நன்னன், அன்பு கணபதி ஆகியவர்களிடத்திலும், நண்பர் வீரமணியை பார்த்தும்

இன்னும் எழிலாக விழாக்கோலம் செய்திருக்கலாமே என்று நான் கேட்டேன். வீரமணி புன்முறுவல் பூத்தார். பிறகு நானே சொல்லிக் கொண்டேன். திரு.வி.க. அவர்கள் எளிமையாக வாழ்ந்தவர்தானே! எனவே எளிமையாகவே விழாவை நடத்துகிறார்கள் போலும் என்று அதற்குப் பதிலும் சொல்லிக் கொண்டேன்.

விழா எளிமையாக இருந்தாலும் எழுச்சிமயமாக இருக்கிறதென்பதை : எப்படி திரு.வி. க. உடலால் எளிமையானவராக இருந்தாலும், உள்ளத்தால், இனவுணர்வால், தமிழ்ப்பற்றால் எழுச்சி மிக்கவராக இருந்தாரோ, அதைப் போலவே இன்றைக்கு இந்தக் கோகலே மண்டபம் எழுச்சி மிக்கதாக இருக்கிறது !

இந்தக் கோகலே மண்டபத்தினுடைய வரலாறு மிகச் சிறப்பு வாய்ந்த - பெருமை வாய்ந்த வரலாறு. இந்த மண்டபத்திற்குப் பெயர் கோகலே மண்டபம். கோகலே அவர்கள் இந்திய சமுதாயத்தில் மிகுந்த பேரும் புகழும் பெற்றவர் என்பதும், அவருடைய பெயராலே இந்த மண்டபம் அமைந் திருக்கிறது என்பதும் மாத்திரமல்ல ; இந்த மண்டபத்திலே உள்ள சுவர்களைச் சுண்டிப் பார்த்தால், இங்கே உயர்ந்து நின்று கொண்டிருக்கின்ற தூண்களைத் தட்டிப் பார்த்தால், அவற்றிலே பெரியாரின் குரல் ஒலிக்கும், பேரறிஞர் அண்ணா அவர்களுடைய சங்கீத நடை தவழும், காயிதே மில்லத் போன்றவர்களுடைய-மூதறிஞர் ராஜாஜி போன்றவர் களுடைய - பெரும்பெரும் தமிழ்ச் சான்றோர்களுடைய பேச்சின் எதிரொலியை இந்த மண்டபத்திலே நாம் கேட்கலாம். அந்த அளவுக்கு ஆயிரக்கணக்கிலே - பல்லாயிரக்கணக்கிலே - இங்கே கூட்டங்கள் நடைபெற்று தமிழ்மழை பொழிந்ததுண்டு, கருத்துத் தென்றல் வீசியதுண்டு, இடிகள், புயல்களெல்லாம் கூட இந்த மண்டபத்திலே கிளம்பியதுண்டு.

தமிழ்ச் சமுதாயம் கவலைப்படாமல் உள்ளதே !

இவற்றுக்கெல்லாம் ஆட்டம் கொடுக்காமலும் அசையாமலும் கோகலே மண்டபம் எப்படி இன்றளவும் நின்று கொண்டிருக்கிறதோ, அதைப் போலத்தான் பெரியார் பேசினால் என்ன? அண்ணா பேசினால் என்ன ? காயிதே மில்லத் பேசினால் என்ன? செங்கல்வராயன் பேசினால் என்ன? நான் பேசினால் என்ன? நன்னன் பேசினால் என்ன? யார் பேசினால் என்ன இந்தத் தமிழ்ச் சமுதாயம் எதைப்பற்றியும் கவலைப்படாமல் அப்படியேதான் இன்றளவும் இருந்து கொண்டிருக்கின்றது. தமிழ்ச் சமுதாயத்தை இழித்துக் கூறக்கூடாது என்பதற்காகத் தான் கோகலே மண்டபத்தோடு ஒப்பிட்டேன்.

எவ்வளவு அழுத்தந்திருத்தமாக என்னதான் எடுத்துச் சொன்னாலும், அவற்றை எவ்வளவு தான் கேட்டாலும் கூட எப்படி அசைவற்று இந்த மண்டபம் நின்று கொண்டிருக்கின்றதோ அதைப்போலத்தான், இந்தத் தமிழினமும் நீண்ட நெடுங் காலமாக, எடுத்துச் சொல்லப்படுகின்ற கருத்துகள் நமக்காகத் தானே- நம்முடைய எதிர்காலத்திற்காகத் தானே - நம்முடைய சமுதாய நன்மைக்காகத் தானே என்று எண்ணிப் பார்க்கின்ற திண்மை, தெளிவு இல்லாமல் இன்னமும் உறக்கத்திலே ஆழ்ந்திருக்கின்ற காட்சியினை நாம் காணுகின்றோம். எனவேதான் நீங்கள் என்ன தலைப்பிலே பேசுகிறீர்கள் என்று கேட்டபோது, அப்படிக் கேட்டவர்களிடத்திலே 'இன உணர்வு' என்ற தலைப்பிலே பேசுகிறேன் என்று சொன்னேன்.

அவரும் இறுதியில் நம்முடிவை ஏற்பார் !

பெரியவர் செங்கல்வராயன் அவர்கள் உரையாற்றியபோது உலக நிலவரத்தைப் பற்றி எடுத்துரைத்து. சமாதானம் காண வேண்டுமேயானால் கொஞ்சம் ராஜதந்திரத்தோடுதான் செல்ல வேண்டியிருக்கிறது ; அமைதியான அணுகுமுறைகளைத் தான் நாம் கடைப்பிடிக்க

வேண்டியிருக்கிறது என்றெல்லாம் எடுத்துக் கூறி, இதுவரையிலே இங்கே தொகுத்துச் சொல்லப்பட்ட கருத்து களுக்குத் தன்னால் இந்த அளவு தான் பதில் சொல்ல இயலும் என்கின்ற அளவுக்குப் பதிலைச் சொல்லி முடித்தார்கள். ஆனால் ஒன்று நமக்குத் தெளிவாகத் தெரிகிறது அவர்களே சொனனார்கள். அன்றைக்கு அண்ணா அவர்களோடு சொற்போர் நடத்தியபோது 'இந்தியால் தமிழ்கெடாது' என்கின்ற தலைப்பிலே அவர் பேசியதாகவும், ஆனால் இன்றைக்கு இந்தி திணிக்கப்பட்டால் அதை எதிர்க்கின்ற முதல் ஆளாக இருப்பேன் என்றும் குறிப்பிட்டார் அதைபபோல இன்றையதினம் செங்கல்வராயன் அவர்கள் பேசிய பேச்சு அவர்களாலேயே கூட எதிர் காலத்திலே மறுக்கப்படக்கூடிய பேச்சாக இருக்கும என்ற நம்பிக்கை எனக்கு இருக்கிறது. ஏனென்றால் இந்தச் சமுதாயத்திற்கே ஒரு பேராபத்து இன்றைக்கு ஏற்பட்டிருக்கின்றது. அவர்களே சுட்டிக் காட்டியதைப்போல், தாய்த் தமிழகத்திலே மாத்திரமல்ல : இங்கிருக்கின்ற நாலரைக் கோடி-ஐந்து கோடித் தமிழர்கள் மாத்திரமல்ல; உலகத்திலே பரவிக் கிடக்கின்ற ஏறத்தாழ ஏழு கோடியைத் தொடுகின்ற அளவுக்கு எண்ணிக்கை பெற்ற தமிழ்ச் சமுதாயத்திற்கு தமிழினத்திற்கு இன்றைக்கு ஒரு பேராபத்து ஏற்பட்டிருக்கிறது. இலங்கையிலே இருக்கின்ற முப்பத்தைந்து லட்சம் மக்களுக்கு மாத்திரந் தான் ஆபத்து ஏற்பட்டிருக்கின்றது என்று எண்ணாமல், உலகத்திலே இருக்கிற ஏழுகோடி தமிழர்களும் இன்றையதினம் துக்கத்திலே ஆழ்ந்திருக்கின்றார்கள். அவர்கள் இதற்கு என்ன விடை என்று கேட்டுக் கொண்டிருக்கின்றார்கள். அதற்கு விடை காணும் கட்டத்திலே நின்று கொண்டிருக்கின்ற நாம்-விடை யளிக்க வேண்டியவர்கள் யார் என்பதை நாட்டிற்கும் உலகத்திற்கும் சுட்டிக்காட்டிக் கொண்டிருக்கின்ற நம்முடைய உணர்வுகளைப் பற்றியும் சிந்திக்க வேண்டியவர்களக இருக்கிறோம். அந்த உணர்வை நாம் செம்மையாக-சரியாகப் பெருத காரணத்தினாலே தான் இன்று நமக்கு நாமே பல்வேறு பூசல்களால் - பல்வேறு சர்ச்சைகளால் மோதிக்கொண்டு

நம்முடைய இனத்தை நாமே அழித்துக் கொண்டிருக்கின்ற தன்மையும் நம் முன்னால் நடை பெற்றுக் கொண்டிருக்கின்றது. இதற்கெல்லாம் இன்றையதினம் 'இன உணர்வு' என்ற தலைப்பில் நான் பேசிவிட்டால் நாளைக்கே புதியமாற்றம் ஏற்பட்டுவிடுமென்று நான் கருதவில்லை. இந்த இன உணர்வு கொஞ்சம் கொஞ்சமாக: மெல்ல மெல்ல : ஆனால் உறுதியாக நம்முடைய தமிழ் மக்களுக்கு ஏற்பட வேண்டும்.

இனம்-சொந்தம்-உறவு!

தந்தை பெரியார் அவர்களால் ஏற்படுத்தப்பட்ட அந்த உணர்வு-பேரறிஞர் அண்ணா அவர்களால் வளர்க்கப்பட்ட அந்த உணர்வு - தமிழ்த்தென்றல் திரு.வி.க. போன்றவர்களால் வளர்க்கப்பட்ட அந்த உணர்வு மேலும் மேலும் பரவிடவும் : தமிழன் யாரையும் தாழ்த்தமாட்டான் : அதே நேரத்திலே யாருக்கும் தாழான் என்கின்ற நிலையைப் பெறவும் பயன்பட வேண்டும் என்கின்ற ஒரே காரணத்திற்காகத்தான், என் பங்காகவும் சிறிது இருக்கட்டும் என்ற அளவில், திரு. வி. க. வினுடைய நூற்றாண்டு விழாவிலே 'இன உணர்வு' என்கின்ற தலைப்பிலே நான் பேச முன் வந்துள்ளேன்.

சொந்தம்-உறவு என்கின்ற அந்த நிலையைக்குறிப்பிடுவது தான் 'இனம்' என்கின்ற சொல்லாகும். நாம் சில நேரங்களில் இரண்டு பேர் கோபமாகப் பேசிக் கொள்கிற காட்சியைக் காணுகிறோம். அப்படிக் காணுகிற நேரத்திலே அந்த இரண்டு பேரையும் பார்த்து-இரண்டு பேரும் அண்ணன் தம்பிகளாக இருக்கலாம் - உற்றார் உறவினர்களாக இருக்கலாம் - அவர்கள் கோபமாகப் பேசும்போது அவர்களைக் கூப்பிட்டு "ஏனப்பா அப்படிப் பேசுகிறாய் ? கொஞ்சம் நீ தான் இனமாகப் பேசேன்!" என்று சொல்லுகிறோம். அதற்கு என்ன பொருள் ? இனமாகப் பேசு என்பதற்கு மென்மையாகப் பேசு என்பதுதான் பொருள் என்று யாராவது கூறினால், அது முழுமையான பொருள் என்று ஏற்றுக்கொள்ள என்னால் இயலவில்லை. இனமாகப் பேசு என்று சொன்னால் உங்கள்

இருவருக்குமுள்ள சொந்தத்தை எண்ணிப் பேசு - உங்கள் இருவருக்கும் இடையேயுள்ள உறவை நினைத்துப் பேசு- என்கின்ற அந்த அளவிலேதான் இனமாகப் பேசு என்று குறிப்பிடுகின்றோம்.

தமிழ் எழுத்துக்களைக் கூட மூன்று இனமாகப் பிரித்திருக் கின்றோம். கசடதபற என்பவற்றை வல்லினமாகவும், ஙஞணநமன என்பவற்றை மெல்லினமாகவும், யரலவழள என்பவற்றை இடையினமாகவும் பிரித்திருக்கிறோம் என்றால், ஒவ்வொரு இனமும் அந்த இனத்தைத்தான் சாரும். தபற என்று சொல்லுகிற நேரத்தில் வல்லினத்திற்குரிய எழுத்துகள் மாத்திரம்தான் அந்த இனத்தைச் சேர்ந்தவையாக இருக்கும். அதைப்போலவே ஞஙணநமன என்று சொல்லு கிறநேரத்தில் மெல்லினத்திற்குரிய எழுத்துகள் மாத்திரம்தான் அந்த இனத்தைச் சேர்ந்தவையாக இருக்கும். அதைப் போலவே யரலவழல என்று சொல்லுகிற நேரத்தில் இடை யினத்துக்குரிய எழுத்துக்கள் மாத்திரம்தான் அந்த இனத்தைச் சேர்ந்தனவாக இருக்கும். இப்படி எழுத்துகளிலே இனத்தைப் பிரித்து வைத்து மொழிக்கு அழகு சேர்த்த தமிழன், தன்னுடைய இனத்தை உணராமல் விட்டுவிட்டானே என்பதை எண்ணுகிற நேரத்திலேதான் கவலை மூள்கிறது ; வேதனை பிறக்கிறது. வெம்பிய உள்ளத்தோடு நம்முடைய நிலையை நாமே சிந்தித்துப் பார்க்க வேண்டியவர்களாக இருக்கின்றோம்.

இந்த இனம் குறித்து - இந்த நாடு குறித்து - நம்முடைய மொழி குறித்து தந்தை பெரியார் அவர்கள் எவ்வளவு மனக் கஷ்டத்தோடு சில கருத்துக்களைச் சொன்னார்கள் என்பதை பேராசிரியர் நன்னன் அவர்கள் இங்கே எடுத்துக் காட்டினார்கள்.

திரு.வி.க. விழாவிலே பேராசிரியர் நன்னன் மிக அதிகமாகப் பெரியாருடைய கருத்தை எடுத்துச் சொன்னாரே என்று யாராவது கேட்பார்களேயானால், பெரியாருக்கும் திரு.வி.க.

வுக்கும் உள்ள தொடர்பு அத்தகையது என்கின்ற பதிலை நாம் சொல்ல இயலும்.

ஒரு காலத்தில் காங்கிரஸ் தேசிய இயக்கத்தில் தமிழகத்திலே மூன்று பேருடைய பெயர்கள்தான் ஒலிக்கப்பட்டன. நாயுடு, நாயக்கர், முதலியார் என்பவைதான் அந்த மூன்று பெயர்கள். நாயுடு என்றால் வரதராசலு நாயுடுவையும். நாயக்கர் என்றால் தந்தை பெரியாரையும், முதலியார் என்றால் திரு. வி. கலியாணசுந்தரனாரையும் மாத்திரம் குறிப்பிடக்கூடிய அளவிற்கு ஒரு காலத்திலே தமிழகத்திலே விடுதலை இயக்கம் -காங்கிரஸ் இயக்கம் எழுச்சி பெற்றிருந்தது. அந்த உறவினை உள்ளடக்கித்தான் நன்னன் பெரியாருடைய பல்வேறு கருத்துக் களை இங்கே எடுத்துக் கூறித் தாழ்ந்த தமிழகத்தைப் பற்றி ஒரு விரிவுரையே ஆற்றி முடித்தார்.

நாடு : திரு. வி. க. விளக்கம்

பெரியாருடைய கொள்கைகள் பலவற்றிலே மாறுபாடு கொண்ட பெரியவர் திரு. வி. கலியாணசுந்தரனார் அவர்கள். தமிழர்கள் குறித்தும் தமிழ்நாடு குறித்தும் எந்த அளவிற்கு வேதனை கொண்டிருந்தார் என்பதை அவருடைய எழுத்தாரங் களை - சொல்லாரங்களையெல்லாம் தொகுத்து வெளியிடப்பட்டுள்ள 'தமிழ்ச் சோலை" என்கின்ற நூலிலே நாம் காணலாம்.

அதிலே திரு. வி. க. சொல்லுகிறார் :

"தமிழ்நாடு என்றால் என்ன என்பது பற்றி இரண் டோர்உரை பகர்கிறேன். தமிழ் என்பது நமது தாய் மொழி, நாடு என்பதற்கு ஆங்கிலத்தில் 'Land' என்று மொழி பெயர்க்கிறார் சிலர். அது கூடாது. தமிழ்நாடு என்பதற்கு Tamil Nation என்று சொல்வேன். Nation என்பதற்குத் தமிழ் என்ன என்று சிலர் என்னைக் கேட்பதுண்டு. யான் நாடு என்று சொல்வது வழக்கம். மனிதர் களின் பழக்க வழக்கம், கல்வி, அரசு. வாழ்வு, வீரம் இவையெல்லாஞ் சேர்ந்த ஒன்றற்கு நாடு என்று பெயர்."

இதைச்சொல்லி விட்டு, நாட்டைப் பற்றியும் இந்த நாடு எப்படி இருக்கிறதென்றும் சொல்கிறார்.

"தமிழ்நாட்டின் தற்கால நிலையைப்பற்றி விரித்துக் கூற வேண்டுவதில்லை. தமிழ்நாடு என்றொன்று இப் பொழுது இருப்பதாகவும் சொல்லுதல் முடியாது"

அப்பொழுது சொன்னார் : இப்பொழுதும் பொருந்துகிறது!

"தமிழ்நாடு இல்லாமல் யாண்டுச் சென்றது என்று சிலர் ஐயுறலாம். தமிழ் நாட்டின் உடல் இருக்கிறதே யன்றி உயிர் இல்லை என்று சொல்வது மிகையாகாது. தமிழ்நாடு என்பது தமிழ் மக்களின் வழக்க ஒழுக்கம், கல்வி, அரசு, வீரம், தொழில்முறை முதலியன சேர்ந்த ஒன்றாகும். இத்தமிழ்நாடு இது பொழுது யாண்டுளது ? வெறும் நிலத்தைத் தமிழ்நாடு என்று சொல்லி மகிழ்வதால் என்ன பயன்?

அதையும் கேட்டுவிட்டு மேலும் துன்பத்தோடு சொல்லுகிறார் ;

'நமது அருமைத் தமிழ்நாடு உரிமையிழந்து ஏறக் குறைய ஆயிரம் ஆண்டுகளாயின. ஒவ்வொருபோது ஒவ்வொருவிதக் கட்டுப்பாடு தமிழ்நாட்டில் நுழைந்து நுழைந்து தமிழ் நாட்டையே விழுங்கிவிட்டது. தமிழ் மக்கள் இயற்கையினின்றும் வழுக்கி பலதிறச்செயற்கை களில் வீழ்ந்து மதி மயங்கிக் கிடக்கிறார்கள். தமிழர்கள் தங்கள் நிலையை மறந்து விட்டார்கள் என்றே கூறலாம். இவர்களைப்போல தங்கள் நிலையை மறந்திருப்பவர்கள் பிறர் உளரோ என்றும் ஐயறுகிறோம்.

சிறுமைக்கும் மடமைக்கும் விரைவில் அடிமையாய் விடுவதே தமிழர்கள் வீழ்ச்சிக்குக்காரணம் போலும்! எவ்வெக் காரணத்தாலோ தமிழ்நாடு சின்னா பின்னப்பட்டுக் கிடக்கிறது. தமிழ்நாடு மீண்டும் உருப்படுமா என்று சிலர் ஐயுறுகிறார்கள். அதை உருப்படுத்தவுஞ் சிலர் முயலுகிறார்.

தமிழ்த்தென்றல் திரு.வி.க. அவர்கள் கிட்டத்தட்ட முப்பது ஆண்டுகளுக்கு முன்பு மிகுந்த வேதனையோடு சொல்லிய இந்தக் கருத்துக்கள் இன்றைக்கும் பொருந்தக்கூடிய கருத்துக் களாக இருக்கின்றன என்பதை எண்ணிப்பார்க்கும் பொழுது, இனஉணர்வு பற்றி விளக்கம் தேவையா இல்லையா என்பதைத் தயவு செய்து நீங்கள் எண்ணிப்பார்க்க வேண்டும்.

இன உணர்வு என்பது இன்னொரு இனத்தை அழிப்பதற்காக அல்லது இன்னொரு இனத்தின் மீது ஆதிக்கம் செலுத்துவதற் காக ஏற்பட வேண்டிய ஒன்று என்கின்ற அந்த அடிப்படையில் நான் உங்களிடத்திலே கருத்துக்களை எடுத்து வைக்க விரும்பவில்லை.

முதலில் இனம் என்ன என்பதை நாம் புரிந்து கொள்ள வேண்டும் அது எப்படி உருவானது என்பதை நாம் எண்ணிப் பார்க்கவேண்டும்.

மொழி அடிப்படையிலே இன உணர்வு

"The growing consciousness of nationality had attached itself neither to traditional frontiers nor to new Geographical association, but almost exclusively to the mother tongue."

டாயின்பீ *(Toynbee)* என்கின்ற பிரபலமான வரலாற்று ஆசிரியர் மிக அழகாக எழுதுகிறார்.

இது டாயின்பீயினுடைய- அருங்கருத்து. அதாவது வளர்ந்து வரும் தேசிய இன உணர்ச்சி தொன்மையான எல்லைக் கோடு காரணமாகவும் பூகோளத் தொடர்பு காரணமாகவும் ஏற்படவில்லை. தாய் மொழியின் காரணமாகவே ஏற்பட்டிருக் கிறது.

மொழியின் அடிப்படையிலேதான் இன உணர்வு- இன்னும் சொல்ல வேண்டுமேயானால் நான் அதை *Race* என்று சொல்லமாட்டேன். வேறு பொருளில் வந்து விடுகிற காரணத்தால் *Nationality* என்று சொல்ல வேண்டும். அந்த

Nationality என்கின்ற அந்த உணர்வு தாய்மொழியினுடைய அடிப்படையிலேதான் ஏற்படுகிறது.

இந்த இன உணர்வு, ஒரு குழு உணர்வு என்று கூட - அதை ஒரு குறுகிய உணர்வு என்று கூட - சில பேர் வாதிடக்கூடும்; விமர்சிக்கக்கூடும். நான் அதை அப்படியே ஏற்றுக் கொண்டு அதில் தவறு என்ன என்று கேட்கத்தான் விரும்புகிறேன். எடுத்துக்காட்டாகச் சொல்ல வேண்டுமேயானால், இன்றைய தினம் தொலைக்காட்சியில் கிரிக்கெட் பந்தயத்தைப் பார்ப்பவர்கள் பலர் இங்கே இருக்கக்கூடும். அல்லது ஏடுகளிலே கிரிக்கெட் பந்தயத்தினுடைய முடிவுகளைப் படிப்போர் பலர் இங்கே இருக்கக்கூடும். படிக்க நீங்கள் விரும்பாவிட்டாலும் கூடக் கொட்டை எழுத்துக்களிலே உங்களுடைய கண்களுக்கு எதிராக அந்தப் போட்டியினுடைய முடிவுகள் ஏடுகளில் வெளியிடப்படுகின்ற காட்சியை யாரும் மறுப்பதற்கில்லை. இதை ஏன் குறிப்பிடுகின்றேன் என்றால், இன்றைக்கு நடக்கின்ற போட்டி டெல்லிப் பட்டணத்தில் மேற்கு இந்தியத் தீவுகளைச் சேர்ந்த அணிக்கும், இந்திய அணிக்கும் நடைபெறுகின்ற போட்டி இப்போது ஒவ்வொரு நாள் முடிவும் இந்திய அணிக்குச் சாதகமாக இருக்க வேண்டும் என்று நாம் விரும்புகிறோம். இங்கே நீங்கள் பின்னோக்கி என்னோடு வாருங்கள்! குழு உணர்வு வேண்டுமா வேண்டாமா என்பதற்கு எளிதிலே விடை கிடைக்கும்.

இதே கிரிக்கெட் பந்தயம் தமிழ் நாட்டிலே உள்ள அணிக்கும் கருநாடகத்திலே உள்ள அணிக்கும் நடைபெறுவதாக வைத்துக் கொள்ளுங்கள். அப்பொழுது எந்த அணி வெற்றி பெற வேண்டும் என்று கருதுவீர்கள் ? தமிழ்நாட்டு அணி வெற்றி பெற வேண்டும் என்று கருதுவீர்கள். பிறகு இதே கிரிக்கெட் பந்தயம் தென்னிந்திய அணிக்கும் வட இந்திய அணிக்கும் நடைபெறுவதாக வைத்துக் கொள்ளுங்கள்.

அப்பொழுது எந்த அணிக்கு வெற்றி கிட்டவேண்டும் என்று கருதுவீர்கள்? கருநாடகம் உள்ளிட்ட தென்னிந்திய அணி

வெற்றி பெற வேண்டும் என்று கருதுவீர்கள். பிறகு தென்னிந்தியா வட இந்தியா இரண்டும் இணைந்து இந்திய அணிக்கும் மேற்கிந்திய தீவுகளின் அணிக்கும் போட்டி நடை பெறுகின்ற நேரத்தில் என்ன விரும்புகின்றோம் ? இந்திய அணி எப்படியாவது வெல்ல வேண்டும் என்று கருதுகிறோம். ஆக தமிழ்நாடு அளவிலே அணி என்றால் தமிழ்நாடு வெல்ல வேண்டும் என்று ஆசைப்படுகிறோம் தமிழ்நாட்டுக்கும் கருநாடகத்துக்கும் அல்லது தமிழ் நாட்டுக்கும் வேறு ஒரு மாநிலத்துக்கும் இடையில் போட்டி என்றால் தமிழ்நாடு வெல்ல வேண்டும் என்று கருதுகிறோம். அதே போட்டி நான்கு மாநிலங்கள் சேர்ந்த தென்னிந்திய பகுதிக்கும், வட இந்திய பகுதிக்கும் என்றால் தென்னிந்திய வெல்ல வேண்டும் என்று விரும்புகிறோம். அப்போது டெல்லியிலே உள்ளவர்கள் தோற்றாலும் பரவாயில்லை என்று எண்ணுகிறோம். பிறகு டெல்லியும் சென்னையும் சேர்ந்து பாகிஸ்தானோடோ அல்லது இங்கிலாந்தோடோ அல்லது மேற்கிந்திய தீவுகளோடோ மோதுகிற நேரத்தில் எப்படியும் இந்தியா வென்றே தீர வேண்டும் என்று கருதுகிறோம்.

ஆக, குழு நிலை மாறி வருகிற நேரத்தில்-வடிவங்கள் மாறுகிற நேரத்தில் -வெவ்வேறாகின்றன. எனவே நாம் கடைசியாக இந்திய அணிக்கும் மேற்கிந்திய தீவுகளைச் சேர்ந்த அணிக்கும் நடைபெறுகிற போட்டியிலே இந்தியாதான் வெல்ல வேண்டும் என்று கூறுகின்ற ஒரே காரணத்துக்காகத் தமிழ்நாட்டு அணி கருநாடகத்தோடு மோதுகின்ற நேரத்திலே எங்களுக்குக் குழு உணர்வு கூடாது: கருநாடகம் வென்றால் என்ன, தமிழ்நாடு வென்றால் என்ன என்கின்ற அந்த நிலையை நிச்சயமாக எடுக்க மாட்டோம் அல்லவா ? இதற்குப் பெயர்தான் இன உணர்வு ! எனவே குழு உணர்வை குறுகிய மனப் பான்மை என்று குற்றம் சாட்டி வெறுத்து ஒதுக்கி விடக்கூடாது என்று நான் உங்களையெல்லாம் கேட்டுக் கொள்ள விரும்புகின்றேன்.

தமிழன் என்கின்ற உணர்ச்சி - அதே நேரத்திலே இந்தியன் என்கின்ற அந்த உணர்ச்சி இந்த இரண்டு உணர்ச்சிகளுக்கும்

மோதல் ஏற்படுவதை நான் அல்லது நான் சார்ந்திருக்கும் இயக்கம் அல்லது எங்கள் தலைவர் விரும்புகிறோம் அல்லது விரும்பினார்- இன்றைக்கு விரும்பிக் கொண் டிருக்கிறோம் என்று யாரும் தவறாக எண்ணக் கூடாது.

Nationality என்பது ஒரு தேசிய இனம்-ஒரு குழு உணர்வு - நான் ஒப்புக்கொள்கிறேன். அதே நேரத்திலே *Nationalism* வேறு ; *Nationality* வேறு ! ஒன்றுக்கொன்று ஓரளவு தொடர்பு இருந்தாலுங்கூட *Nationality* என்பது தேசிய இனத்தைக் குறிக்கும். அந்த தேசிய இனம் தனக்காக ஒரு தனிநாடு வேண்டும் என்று கேட்கிறதே அதற்குப் பெயர்தான் *Nationalism. Nationality* யைப் பற்றிச் சொல்கிற நாம் - தமிழ் இனத்தைப் பற்றிப் பேசுகிற நாம் - இந்தியாவில் இருக்கின்ற பல்வேறு தேசிய இனங்களில் தமிழ்த் தேசிய இனம் ஒன்று என்று வாதிக்கின்ற நாம்- இன்றைக்கு ஒரு தனிநாட்டைக் கேட்கவில்லை, தன்னாட்சி உரிமைகளைக் கேட்கிறோம். தனி ஆட்சி உரிமைகளை கேட்கவில்லை. இந்த வேறுபாட்டை நீங்கள் புரிந்து கொள்ளவேண்டும்.

அம்பேத்கார் சொன்னதென்ன ?

ஆனால் *Nationalism* என்று வருகிற நேரத்திலேதான் தனி ஆட்சி உரிமையைக் கூட ஒரு இனம் கோருகிற நிலை ஏற்படுகின்றது. அதைத்தான் அம்பேத்கார் அழகாக வர்ணித்தார்.

"Nationality means consciousness of kind, awareness of the existence of that tie of kinship. Nationalism means the desire for a separate national existence for those who are bound by this tie of kinship. Nationality does not in all cases produce nationalism', என்று டாக்டர் அம்பேத்கார் அவர்கள் *1945*ம் ஆண்டு எழுதிய புத்தகத்தில் அழகாகக் குறிப்பிட்டார். அதாவது தேசிய இன உணர்வு ஒற்றுமைப் படுத்தக்கூடிய அடிப்படையிலே அமைந்ததாகும். ஆனால் அதே நேரத்தில் *Nationalism* என்று சொல்லப்படுகின்ற அந்த

நாட்டு உணர்வு ஒரு நாட்டை - தனி தேசத்தை - உருவாக்க வேண்டும் என்கின்ற குறிக்கோளை உடையதாகும்.

இதை *Nationality* தேசிய இனம் என்று சொல்லுகின்ற காரணத்தா லேயே அங்கிருந்து *Nationalism* நிச்சயமாக உருவாக வேண்டும் என்கின்ற நிலை இல்லை என்கின்ற அந்தக் கருத்தை டாக்டர் அம்பேத்கார் அவர்கள் *1945*ஆம் ஆண்டு எடுத்துச் சொன்னார்கள்.

என்னைப் பொறுத்தவரையில் - நான் சார்ந்திருக்கின்ற இயக்கத்தைப் பொறுத்த வரையில் - எங்களை வளர்த்த தலைவர்களைப் பொறுத்த வரையில், நாங்கள் ஒரு தனிநாடு வேண்டும் என்று ஒருகாலத்திலே- இந்த இனத்திற்காகக் கேட்டோம் என்றாலும் கூட, இந்த நாட்டில் தேவைப்படுகின்ற மாறுதல்களை எங்களால் செய்து கொள்ள முடியும், இங்கிருக் கின்ற அரசியல் சட்டத்திற்கு உட்பட்டோ அல்லது அரசியல் சட்டத்தைத் தேவையான அளவுக்கு மாற்றம் செய்தோ அந்தத் தேவைகளை நிறைவு செய்து கொள்ள முடியும் என்கின்ற நம்பிக்கை வந்த காரணத்தினால் - இந்த நாட்டி னுடைய பாதுகாப்பின் அடிப்படையில், வேறு நாடுகளிலே சில இனங்கள் தாக்கப்படுகின்ற அளவுக்கு- கொடுமைப்படுத் தப்படுகின்ற அளவுக்கு - வேதனைப்படுத்தப்படுகின்ற அளவுக்கு - மானபங்கப்படுகின்ற அளவுக்கு இங்கே காரியங்கள் நடவாத நிலையில், ஒரு தனிநாடு வேண்டும் என்ற கோரிக்கை எழவில்லை என்பதை நான் பெரியவர் செங்கல்வராயன் அவர்களுக்கும், அவர் மூலமாகத் தெரிவிக்கப்பட வேண்டியவர் களுக்கும் தெரிவித்துக் கொள்கிறேன். ஆனால் அதே நேரத்திலே ஒன்றை நான் மறக்காமல் சொல்லுகின்றேன்; அதை மறுக்காமல் நீங்கள் ஒப்புக்கொண்டுதானாக வேண்டும்.

என்னைப் பார்த்து நீ தமிழனா, இந்தியனா என்று கேட்டால் நான் தமிழன் ; அதே நேரத்திலே இந்தியன் என்றுதான் சொல்லுவேன், என்னைப் பார்த்துக் கேட்கின்றவர்கள் நீ

தமிழனாக இருக்க விரும்புகிறாயா அல்லது இந்தியனாக இருக்க விரும்புகிறாயா என்று கேட்டால் நான் தமிழனாகவும் இருக்க விரும்புகிறேன் இந்தியனாகவும் இருக்க விரும்புகிறேன்; மொழியால் தமிழனாக, நாட்டால் இந்தியனாக இருக்க விரும்புகிறேன் என்றுதான் சொல்வேன், ஆனால் கேட்பவன் குறும்புத்தனமாகத் தமிழன் இந்தியன் இந்த இரண்டிலே நீ எதுவாக இருக்க விரும்புகிறாய் என்று கேட்டால் நான் சொல்லுவேன்,

தமிழனாகத்தான் இருக்க விரும்புகிறேன் என்று. இரண்டிலே எது என்று கேட்டால் தமிழன் தான். இந்த இரண்டிலே ஒன்றாகத் தான் இருக்க வேண்டும், அது எது என்று கேட்டால் நான் தமிழனாக இருக்கத்தான் விருமபுகிறேன் என்று சொல்வேன்.

மார்க்சும் லெனினும்...

தமிழன் என்கின்ற உணர்ச்சிக்கும் இந்தியன் என்கின்ற உணர்ச்சிக்கும் ஏற்படுகின்ற சமரச உடன் பாட்டுக்குப் பெயர் தான் கூட்டாட்சித் தத்துவம்! அந்தக் கூட்டாட்சித் தத்துவத்தைத்தான் இன்றைக்கு நாங்கள் எடுத்துக் கூறுகின்றோம். கூட்டாட்சித் தத்துவத்திலே பல இனங்கள் - பல தேசிய இனங்கள் தங்களுடைய உரிமைகளைப் பெறக்கூடிய நல்ல வாய்ப்புக் கூறுகள் இருக்கின்றன. இந்தக் கூட்டாட்சி தத்துவத்தையும் பிணைத்து தமிழ் இனப் பிரச்சனைகளை நான் எடுத்துக்காட்டுகிற நேரத்தில், இது போன்ற இன உணர்ச்சிகளை மக்கள் உள்ளத்திலே தூவுவது-விதைப்பது நல்லதல்ல என்றும், இனக்கலவரங்களை உருவாக்கும் என்றும் யாராவது கருதுவார்களேயானால்-அல்லது மக்களிடத்திலே எடுத்துச் சொல்லுவார்களேயானால் -நான் அவர்களுக்கு என்னைப் போன்ற சாதாரண மானவர்களுடைய கருத்துக்களை அல்ல : உலகத்திலே பெரும் புரட்சியை உருவாக்கிய - பொதுவுடைமைப் பூங்காவை நிர்மாணித்த -தொழிலாளர்களுடைய தோழன் லெனின் எழுதிய *"The right of Nations of Self determination"*

என்கின்ற புத்தகத்திலிருந்தே சில எடுத்துக்காட்டுகளைத் தர நான் கடமைப் பட்டிருக்கின்றேன். லெனின் எழுதுகிறார்:

..........the recognition of the right of all nations to self determination implies the maximum of democracy......"

அதாவது "எல்லாத் தேசிய இனங்களின் சுயநிர்ணய உரிமையையும் ஏற்றுக் கொள்வது உயர்ந்த பட்ச அளவு ஜனநாயகத்தை குறிக்கிறது"

லெனின் எழுதிக் காட்டுகிறார். அது மாத்திரமல்ல. அதே புத்தகத்திலே வேறு இடத்திலே குறிப்பிடுகிறார்.

"To accuse those who support freedom of self determination that is freedom to secede, of encouraging separatism. is as foolish and hypocritical as accusing those who advocate freedom of divorce are encouraging the destruction of family ties"

அதாவது, "சுய நிர்ணய உரிமைச் சுதந்திரத்தை- அதாவது பிரிந்து போகும் சுதந்திர உரிமையை ஆதரிப்பவர்கள் தனிப் பிரிவு வாதத்தைத் தூண்டி விடுகிறார்கள் என்று குற்றம் சாட்டுவது முட்டாள் தனமானது- நயவஞ்சகமானது" என்று லெனின் சொல்லுகிறார். வேறு யார் யாரோ எதற்கோ சொல்லுகிறார்கள் முட்டாள் தனமென்று ! அவர் ஓர் உண்மை யான கருத்து நிலைநாட்டப்படக் கொஞ்சம் அழுத்தம் திருத்தமாக வார்த்தையைப் பயன்படுத்துகிறார். 'சுயநிர்ணய உரிமைச் சுதந்திரத்தை அதாவது பிரிந்து போகும் சுதந்திர உரிமையை ஆதரிப்பவர்கள் தனிப்பிரிவு வாதத்தைத் தூண்டி விடுகிறார்கள் என்று குற்றம் சாட்டுவது முட்டாள்தனமானது ; நயவஞ்சகமானது. 'விவாகரத்துச் சுதந்திர உரிமையை ஆதரிப்பவர்கள் குடும்ப உறவுகளைக் கெடுப்பவர்கள் என்று குற்றம் சாட்டுவது எவ்வளவு முட்டாள் தனமானதோ அதே போன்றது' என்று; சுயநிர்ணய உரிமைக்காக - பிரிந்து போகின்ற சுதந்திர உரிமைக்காக வாதாடியிருக்கின்றார்.

லெனின் அவர்களால் போற்றப்படுகிற ஒரு ஆசிரியர், மார்க்சீய தத்துவத்தின் முன்னோடி என்று சொல்லப்படுகிறவர். 'பிளகாநோவ்' என்ற மேதை.

If we were to forget it or hesitate to advance it (the right to self determination) for fear of offending the national prejudices of our Fellow countrymen of Great Russian nation ality, the call......... workers of all countries, unite!' would be a shameful lie on our lips......"

என்று எழுதியதை லெனின் தம்முடைய நூலிலே மேற்கோளாகக் காட்டுகிறார்.

"நமது சொந்த பெரிய ரஷ்ய தேசிய இனத்தை சேர்ந்த நம்மவர்களின் தேசியத் தப்பெண்ணங்களை எங்கே புண்படுத்தி விடுவோமோ என்ற பயத்தினால் சுய நிர்ணய உரிமையை நாம் மறந்துவிட்டாலோ, அல்லது தயங்கினாலோ 'உலகத் தொழிலாளர்களே; ஒன்று சேருங்கள்' என்ற அறைகூவல் நமது வாயிலிருந்து வரும் வெட்கக்கேடான பொய்யுரையாகப் போய்விடும்.'

அது மாத்திரமல்ல. லெனினுடைய மற்றொரு கருத்து ; இன்றைக்கு நம் கண் முன்னால் நிகழ்கின்ற சில நிகழ்ச்சி களோடு ஒப்பிடத்தக்க ஒரு சூழல் அவருடைய காலத்திலே உருவான போது வெளியிட்ட கருத்து.

நார்வே, ஸ்வீடன் இரண்டும் பிரித்து போகக் கூடிய ஓர் உரிமைக் கிளர்ச்சி உருவான நேரத்தில்,

"Despite the very extensive autonomy which Norway enjoyed there was constant friction between Norway and Sweden for many decades after the union, and the norwegi ans strove hard to throw off the yoke of the swedish aristocracy, at last in August 1905 they succeeded...and in the referendum held later among the Norwegian people, the overwhelming majority, voted, for complete separation from Sweden".

"No Social - Democrat will deny unless he Would profess indifference to questions of political freedom and democracy,"

இதற்குப் பொருள்: "நார்வேக்கு மிக விரிவான சுயாட்சி உரிமை கொடுக்கப்பட்டிருந்த போதிலும் கூட்டுச் சேர்ந்த பிறகு பல ஆண்டுகள் நார்வேக்கும் ஸ்வீடனுக்குமிடையே தகராறு கள் மோதல்கள் இருந்து வந்தன. ஸ்வீடிஷ் உயர் குடியினரின் ஆட்சியை உதறி எறிவதற்கு நார்வே மக்கள் தீவிரமாக முயன்றார்கள். கடைசியில் 1905 ஆகஸ்டில் அவர்கள் வெற்றி பெற்றார்கள். பின்னர் நடந்த பொதுமக்கள் வாக்கெடுப்பில் மிகப் பெருவாரியான நார்வே மக்கள் ஸ்வீடனிலிருந்து அறவே பிரிந்து போவதற்கு வாக்களித்தார் கள் இதை மறுக்கும் ஒரு சோஷல் டெமாக்ரட், அரசியல் சுதந்திரம், ஜனநாயகம் ஆகிய பிரச்சினைகளைப்பற்றி அக்கறை அல்லாதவராக இருக்க வேண்டும்" என்று லெனின் அந்த நூலிலே குறிப்பிடுகின்றார்.

நார்வே பிரச்சினை குறித்து மாத்திரமல்ல : அயர்லாந்தின் விடுதலைக் கிளர்ச்சி ; அந்தக் கிளர்ச்சியைப் பற்றி காரல்மார்க்ஸ் பேசியது புத்தக வடிவத்திலே வந்திருக்கிறது. அவர் சொல்கிறார்.

"The Irish question is therefore not simply a nationality. question but a question of land and existence, ruin or revolution is the watch word; all the Irish are convinced that if any thing is to happen at all it must happen quickly.

The English should accept separation...

...Everything else would be useless.

"ஐரிஷ் இனத்தின் பிரச்சினை ஒரு தேசிய இனப்பிரச்சினை என்பது மாத்திரமல்ல, அது அவர்களுக்கான நாடும், உயிர் வாழ்வும் பற்றிய பிரச்சினையாகும். அழிவா அல்லது (தனிநாடு காண) புரட்சியா என்பதுதான் அவர்களின் முன்னால் உள்ள கேள்வி. எல்லா ஐரிஷ்காரர்களும் ஒன்றை

மட்டும முடிவாக உணர்ந்துவிட்டனர். அதுதான் ஏதேனும் நடப்பதானால் அது உடனடியாக நடக்க வேண்டும்.

"அவர்களுக்குத் தனிநாட்டைப் பிரித்துத் தருவதற்கு ஆங்கிலேயர் ஒப்ப வேண்டும். வேறு எதுவும் பயனற்றதாகும்.''

இது காரல்மார்க்ஸ் அவர்கள் 16-12-1867-ல் இலண்டன் மாநகரத்திலே நிகழ்த்திய உரையாகும்.

அந்த ஐரிஷ் விடுதலைக்கிளர்ச்சிக்கு இலண்டன் மாநகரத்திலே ஒரு பேரணியே நடத்தப்படுகிறது. எவ்வளவு பொருத்தமான நிகழ்ச்சிகள் ஒப்பிடப்படுகின்றன சரித்திரத்தால் என்பதை நீங்கள் எண்ணிப் பார்க்க வேணடும்.

அந்த இலண்டன் மாநகரத்திலே நடத்தப்பட்ட பேரணியைக் குறித்து மார்க்சுக்கு ஏங்கெல்ஸ் ஒரு கடிதம் எழுதுகிறார்.

"கடந்த ஞாயிற்றுக்கிழமை மாலை 3 மணியளவில், கொடி களோடும் பாண்டு வாத்தியங்களோடும் ஊர்வலம் ஹைட் பார்க்கை நோக்கிச் சென்றது. ஐரிஷ் மொழிப் பாடல்களை பாண்டு குழுவினர் இசைத்தனர். ஐரிஷ் இனத்தின் சின்னங்கள் பொறிக்கப்பட்ட கொடிகளோடு சென்றனர். ஒரு குறிப்பிட்ட இடத்தில் எல்லோரும் ஒன்றாய்க் கூடினர். கூட்டத்தினர் முப்பதாயிரம் பேருக்குக் குறையாமலிருப்பார்கள். அந்தக் கூட்டத்தினரில் பாதி பேராவது பச்சை வண்ண நாடாவை தங்களின் சட்டைப் பொத்தான்களில் செருகிக் கொண்டு தாங்கள் ஐரிஷ் இன மக்கள் எனக் காட்டிக் கொண்டனர். இந்த ஹைட்பார்க்கில் ஐரிஷ் இனத்தினர் கூட்டம் நடத்தியது இதுதான் முதன்முறையாகும்" என்று அன்றைக்கு ஏங்கெல்ஸ் காரல்மார்க்ஸ் அவர்களுக்கு எழுதுகிறார்.

இன்றைக்கு என்ன நிலை ? எண்ணிப் பார்க்க வேண்டும். அதே பேரணி ; அங்கே முப்பதாயிரம். இங்கே ஏழு லட்சம், எட்டு லட்சம் பேர் கொண்ட பேரணி இலங்கைக்காக சென்னையிலே நடக்கிறது. இலங்கையிலே இருக்கின்ற தமிழ்

மக்களுடைய விடுதலைக்காக – தமிழ் ஈழ நாட்டினுடைய விடுதலைக்காக இங்கே அந்தப் பேரணி நடக்கிறது. அன்றைக்கு ஐரிஷ் மக்களுடைய விடுதலையைப் பற்றி காரல்மார்க்ஸ் என்ன சொன் னார்? என்ன பேசினார்?

"அவர்கள் இனிமேல் ஒன்றாக இருக்கமுடியாது. ஐரிஷ் மக்கள் ஆங்கிலேயர்களோடு இணைந்து வாழ்வதென்பது முற்றுப் பெற்று விட்ட ஒன்று. இனிமேல் வாழ இயலாது. எனவே அவர்களுக்கு எதிரில் இருக்கின்ற கேள்வி அழிவதா அல்லது தனிநாடா என்பதுதான்."

இது காரல்மார்க்ஸ் அன்றைய தினம் எழுப்பிய குரல்; இன்றைக்கு கருணாநிதி எழுப்புகின்ற குரல்! காரல்மார்க்சி னுடைய அளவுக்கு நான் பெருந்தலைவர் - உலகத்தலைவர் என்கின்ற அந்த வரிசையிலே இடம்பிடிக்கத் தகுதியற்றவன் என்றாலும் கூட. குரல் ; அதே குரல்தான் ; எழுப்புகின்ற நான் காரல்மார்க்ஸ் அல்ல. வெறும் கருணாநிதி-சாதாரண கருணாநிதி - சாமான்ய கருணாநிதி-தமிழன் கருணாநிதி!

அந்த ஒரே இன உணர்வோடுதான்- நான்-தமிழன்- கருணாநிதி குரல் எழுப்புகிறேன் என்றால், இங்கே இருக்கின்ற தமிழ் நாட்டை தனி நாடாகக் கேட்கவில்லை. செங்கல்வராயன் பயப்படத் தேவையில்லை. எங்கே ஒரு தனிநாடு கிடைத்தால் தான் அவர்களுக்கு நிம்மதியான வாழ்வு ஏற்படும் என்று உணருகிறோமோ அந்த இடத்திலே அவர்களுக்கு ஒரு தனிநாடு அமையவேண்டும் என்று நாம் கருதுகிறோம். அதைத்தான் நம் மூடைய வாதமாக இன்றைக்கு வைக்கிறோம். அந்த நாட்டி னுடைய தலைவர்கள் - ஈழத் தமிழகம் வேண்டுமென்று கருது கிறவர்கள்- இன்றைக்கு தமிழகத்திலே பல இடங்களிலே பேசுகிறார்கள். பெரியவர் செங்கல்வராயன் அவர்கள் கூடப் பேசியதாக இங்கே எடுத்துச் சொன்னார்கள். அவர்களுடன் உறுதியாகவும், இறுதியாகவும் கூறுவது தங்களுடைய எதிர் கால வாழ்வு நிம்மதியாக இருக்கவேண்டுமேயானால், தமிழர்கள் மானத்தோடு வாழ வேண்டுமேயானால்- அந்த இனம் பட்டுப் போகாமல்

இலங்கைத் தீவிலே இருந்திட வேண்டுமேயானால் தனிநாடு ஒன்றுதான் வழி- என்பதுதான்.

அதற்கிடையில் நடைபெறுகின்ற பேச்சு வார்த்தைகள் எல்லாம் அரசியல் ஆதாயங்களுக்காக - தமிழ் நாட்டிலே இன்றைக்கு ஏற்பட்டிருக்கின்ற கொந்தளிப்பை அடக்குவதற்குப் பயன்படுமேயானால் அந்த ராஜதந்திரத்தை நான் பாராட்டக் கடமைப்பட்டிருக்கின்றேன். அது பாராட்டுக்குரியதாக இருக்கலாம். ஆனால் நிலைமை என்ன ?

அங்கே இருக்கின்ற தமிழன், ஏறத்தாழ முப்பது முப்பத்தைந்து ஆண்டுக் காலமாகப் போரிட்டுப் போரிட்டுப் பார்த்து உரிமைக்காகப் போராடி, தனது மொழிக்கு சம அந்தஸ்து தேவை என்பதற்காகப் போராடி, இவை அனைத்தும் கிடைக்காமல்-- நண்பர்கள் உருக்கமாக எடுத்துச் சொன்னதைப்போல் கணவனுக்கு முன்னாலே மனைவி, மகனுக்கு நேராகத் தாய், அண்ணனுக்கு எதிராக தங்கை, தம்பிக்கு எதிரில் அக்காள் கற்பழிக்கப்படுகின்ற காட்சிகள் தொடர் கதைகளாக ஆகிவிட்ட பிறகு - ஆயிரம் கோடி ரூபாய் சொத்து இழப்பு என்கின்ற நிலைமை வந்துவிட்ட பிறகு- சிறைச்சாலைக்குள்ளே இருக்கின்ற விடுதலை வீரர்களைக் கண்ட துண்டமாக ஆக்கவும், கண்களைப் பிடுங்கவும், நாக்குகளை அறுக்கவும், கொட்டுகின்ற குருதியைப் புத்தருடைய சிலைக்கு அபிஷேகம் செய்யவுமான கொடுமைகன் புத்த மதத்தைப் போதிக்கின்ற ஒரு நாட்டிலே ஏற்பட்டுவிட்ட பிறகு, சிங்கள மொழி பேசுகின்ற அந்த தேசிய இனத்தோடு தமிழ் மொழி பேசுகின்ற இந்தத் தேசிய இனம் சேர்ந்து வாழ வேண்டும் என்று கூறுவது ஒருமை உணர்வின்பாற்பட்டதா? அந்த உணர்வை ஆதரிக்க இயலுமா? எண்ணிப்பார்க்க வேண்டும்!

சிங்கள இனம் எத்தகையது!

எத்தகைய இனம் சிங்கள இனம் ? அதற்கு பல பழைய கதைகளெல்லாம் கூட உண்டு. இன்றைக்கு இலங்கையிலே இருக்கிற தமிழ்ப் பாடப் புத்தகங்களே கூட இலங்கை அரசால் ஒப்புக் கொள்ளப்பட்ட-அங்கீகரிக்கப்பட்ட பாடப் புத்தகத்திலே இருக்கிற கதைகளே கூட - அவர்கள் வரலாறே கூட, சிங்கள மொழி பேசுகின்ற சிங்கள தேசிய இனமும் அங்கிருக்கின்ற தமிழ் தேசிய இனமும் ஒன்றாக இருக்க முடியாது என்பதைத் தான் நமக்குப் படம் பிடித்துக் காட்டுகின்றன.

சிங்கள தேசிய இனத்தவருடைய ஆணிவேர் எது? அந்த அரசு அங்கீகரித்த வரலாற்றுப் பாட புத்தகத்திலே என்ன இருக்கிறது?

இந்தியாவிலே உள்ள வங்கதேசத்தில் ஒர் அரசு. அந்த அரசில் ஒரு ராஜகுமாரி ; சுபதேவி என்பது அவளுடைய பெயர். அவள் வீட்டுக்கு அடங்காப் பெண் ; ஆடம்பரமானவள்; குடும்பத்துக்கு தகுதியற்றவள் ; திருத்தப் பார்க்கிறார்கள். திருந்த வழியில்லை, தன்னைத் திருத்தப் முறப்படுகிறார்கள் என்கின்ற ஆத்திரத்தின் காரணமாக அரண்மனையை விட்டு வெளியேறுகிறாள், வெளியிலே நடக்கிறாள் ; நடக்கிறாள்; பல கல் தொலைவு நடக்கிறாள். வழியிலே சிங்கன்- என்கின்ற ஒரு முரட்டு மனிதனைப்பார்க்கிறாள். அந்தச் சிங்கன் - மனிதர்களை அடித்துக் கொன்று சாப்பிடுபவன். அவன் இந்தப் பெண்ணைப் யார்க்கிறான். அழகாக இருந்தக் காரணத்தால் கொல்ல மனம் இல்லை. திருமணம் செய்து கொள்ள விரும்புகிறான். அவளும் சம்மதிக்கிறாள், வேறு வழியில்லை, மறுத்தால் உயிர் போகும் என்பதால், அவளைத் திருமணம் செய்து கொண்டு அந்தச் சிங்கன் என்கின்ற முரடன் சுபதேவியை ஒரு பெரிய குகைக்குள்ளே கொண்டு போய் அடைத்து அந்தக் குகையினுடைய வாயிலை ஒரு பெரும் பாறாங்கல்லால் அடைத்துவிட்டு அவன் வெளியே போவதும், மாலை நேரத்திலே திரும்பி வந்ததும் அந்தக்

கல்லை எடுத்து விட்டு உள்ளேசென்று களித்திருப்பதும் அவனுடைய வாடிக்கை. அவர்களுக்கு அந்தக் குகையிலே இரண்டு குழந்தைகளும் பிறக்கின்றன. ஆண் குழந்தைக்கு சிங்கபாகு என்றும், பெண் குழந்தைக்குச் சிங்கவல்லி என்றும் பெயர் வைக்கிறார்கள். அவர்கள் வளருகிறார்கள், வளர்ந்து விட்ட பருவத்திலே ஆண் மகன் தாயைப் பார்த்து, "நம்மை இங்கே உள்ளே அடைத்து வைத்துவிட்டு அப்பா இப்படி எங்கேயோ போய் விடுகிறாரே என்ன மர்மம்" என்று கேட் கிறான். தாய் உண்மைகளையெல்லாம் அவனிடத்திலே சொல்லு கிறாள். எவ்வளவு நாளைக்கு அம்மா இங்கே அடைந்து கிடைப்பது? தந்தைக்குரிய பலம் எனக்கும் உண்டு. வாருங்கள் என்னோடு என்று சொல்லித் தாயை ஒரு தோளிலும், தங்கையை ஒரு தோளிலும் எடுத்துக் கொண்டு தந்தைக்குரிய பலம் அவனுக்கும் இருந்த காரணத்தால் அந்தப் பெரும் பாறைக் கதவைக் கைகளால் அடித்து தள்ளிவிட்டு அங்கிருந்து விடுபட்டு வெளியே சென்று விடுகிறான், வெளியில் சென்ற சிங்கன் திரும்பி விடுகிறான், மனைவியைக் காணவில்லை. மக்களைக் காணவில்லை. அவர்களைத் தேடியலைகிறான். அவர்கள் கிடைக்கவில்லை. பிறகு 'லாலா' என்கின்ற ஒரு நாட்டின் பக்கம் போகிறான். இவர்கள் கிடைக்காத ஆத்திரத்தில் எதிரே கண்ட மனிதர்களை எல்லாம் அடித்துச் சாப்பிடுகிறான்.

'லாலா' நாட்டில் பெரும் அமளி இந்தச் சிங்கன் என்கின்ற முரடனைப் பிடித்து தருகின்றவர்களுக்கு அந்த நாட்டையே பரிசாக அளிப்பதாக அந்தநாட்டு மக்கள் அறிவிக்கிறார்கள். அந்த சிங்கனை அவனுடைய மகனான சிங்கபாகுவே கொன்று, தந்தையின் தலையை தன் கையிலே எடுத்துக் கொண்டுபோய் கொலு மண்டபத்தில் காட்டி, தந்தை தலைக்குப் பரிசாக லாலா நாட்டை ஆளுகின்ற பாத்தியதையைப் பெறுகிறான்.

நாட்டை ஆளும் பாத்தியதை கிடைத்தவனுக்கு ராணி வேண்டாமா? அந்த பாத்தியதை வேறு யாருக்கும் போய் விடக்கூடாது என்பதற்காக தன் தங்கையையே தாரமாக

ஆக்கிக் கொள்கிறான். சிங்கபாகு என்ற அண்ணனுக்கும் சிங்கவல்லி என்ற அவனது தங்கைக்கும் ஒன்றல்ல, இரண்டல்ல பதினாறு இரட்டைக் குழந்தைகள். அந்த பதினாறு குழந்தைகளில் ஒரு குழந்தை தான் விஜயன், அந்த விஜயன் எழுநூறு தோழர்களைத் தன்னோடு இணைத்துக் கொண்டு ஊரையே வேட்டையாடுகிறான். மோசமான நடவடிக்கைகளில் ஈடுபடுகிறான். விஜயன் இப்படிப் பட்ட கேவலமான நடவடிக்கைளில் ஈடுபட்டதைப் பார்த்த தந்தை சிங்கபாகு, விஜயனையும் அவனது தோழர்கள் எழுநூறு பேரையும் ஒரு கப்பலிலே ஏற்றி "எங்கேயாவது போய்த் தொலை!" என்று அனுப்புகிறான். கப்பல் பலநாள் கடலிலே அலைந்து கடைசியாக ஒரு தீவைச் சேர்கிறது, அந்தத் தீவுதான் இலங்கைத்தீவு. அந்த இலங்கைத் தீவுக்கு மன்னனாக முடிசூட்டிக் கொள்கிறான் விஜயன். அவனுடைய பரம்பரைதான் சிங்களவர்கள்.

நானல்ல : இலங்கையின் சரித்திரப் புத்தகம் - தமிழ் மாணவர்களுக்கும் பாடமாக வைக்கப்பட்டிருக்கின்ற நான்காம் வகுப்பினுடைய புத்தகம், அதிலே தீட்டப்பட்டிருக்கின்ற சரித்திரக் குறிப்பைத்தான் இங்கு சொன்னேன்.

அந்த இனத்தோடு இணைந்து வாழக்கூடிய நிலைமை தமிழினத்திற்கு இருக்கின்றதா? சிங்களவர்கள் அந்த பரம்பரை குணத்தைத்தான் இன்னும் காட்டி வருகிறார்கள், ரத்தத்தைக் குடிக்கிறார்கள். கண்களைத் தோண்டுகிறார்கள் ; சிறைச்சாலைகளிலே சித்தரவதை நடத்துகிறார்கள் தமிழனின் மாமிசம் சாப்பிடுகிறார்கள். இவ்வளவு கொடுமைகள் நடைபெறுகிற நேரத்தில் பக்கத்திலே இருக்கிற நாம் தமிழர் என்ற காரணத்தால் கொதிப்படைகிறோம், குமுறுகிறோம்: கொந்தளிக்கின்றோம்; இதற்கு வழியே கிடையாதா என்று கேட்கின்றோம். இன உணர்வு பெறுவோம்

நம்மைப் பொருத்த வரையில் நான் அடிக்கடி மிகுந்த வருத்தத்தோடு கூறுவதைப் போல, "கையில் ஊமைகளாக

தமிழர்களாகிய நாம் இங்கிருந்து வேடிக்கை பார்த்துக் கொண்டிருக்கிறோம். உதவிக்கு வாருங்கள் வாருங்கள்" என்று யாரை அழைப்பது என்று புரியவில்லை.

பேராசிரியர் நன்னன், குமணன் டெல்லியில் இருப்பதாகக் குறிப்பிட்டார். காட்டிலே இருந்த நேரத்திலேகூட குமணன் என்ன சொன்னான் ? தன்னைத் தேடிவந்த புலவனைப் பார்த்து:

"அந்த நாள் வந்திலை அருங்கவிப் புலவோய்!
இந்தநாள் வந்து நீ நொந்தெனை அடைந்தாய் ;
தலைதனைக் கொண்டுபோய் தம்பிகைகொடுத்து
விலைதனைப் பெற்று உன் வறுமை நோய்களையே"

என்று தன்னுடைய தலையையே கொடுத்து புலவனின் வறுமையைப் போக்க முன்வந்தான். அவன் தமிழ்க் குமணன். அந்த குமணனோடு டெல்லியில் இருப்பவர்களை ஒப்பிட்டு அந்த டெல்லி குமணன் தான் இன்று நம்மைக் காப்பாற்ற வேண்டும் என்று நன்னன் சொன்ன நேரத்தில் எனக்கு அது அவ்வளவு பொருத்தமாகத் தெரியவில்லை.

அவர்கள் குமணர்களாகஇருந்திருப்பார்களேயானால் இந்நேரம் கதை முடிந்திருக்கும். ஆனால் செங்கல்வராயன் போன்றவர்கள் சொல்லக்கூடும். அதனால் மீண்டும் உலகப் போரே மூளாதா என்று கேட்கக்கூடும். சமாதானப் புறாவின் இறக்கைகளை வெட்டிவிடலாமா என்று கேட்கக்கூடும்.

பங்களாதேஷ் போரின் போதுகூட அமெரிக்காவின் ஏழாவது கப்பற்படை வந்தது. நாம அதற்காகக் கவலைப்படவில்லை. பங்களாதேஷ் பிரச்சினையின் போது கூட எல்லா உலக நாடுகளின் அபிப்பிராயங்களும் நமக்குச் சாதகமாக இல்லை. பல நாடுகள் நம் கருத்துக்கு எதிர்ப்பாகத்தான் இருந்தன. அதற்காக நாம் கவலைப்படாமல் நம் கடமையைச் செய்து முடித்தோம்.

ஆனால் இன்று உலக நாடுகளைப் பற்றி பேசுகிறோம் அமெரிக்கா தாக்காதா என்றெல்லாம் அச்சம் தெரிவிக்கிறோம். காரணம் என்ன?

இங்கிருப்பவன் தமிழன் ! அந்தத் தமிழனுக்காக இங்கு வாதாடுகின்ற தமிழர் அத்தனை பேருக்கும் அந்த இன உணர்வு இல்லை. அது வர வேண்டும். அது கோகலே மண்டபத்திலிருந்து கிளம்புகின்ற இன உணர்வாக இருந்தாலும், அல்லது கோட்டையிலேயிருந்து கிளம்புகின்ற இன உணர்வாக இருந்தாலும், அந்த இன உணர்வு வந்தால் தான். உலகம் முழுவதும் இருக்கின்ற தமிழனைக் காப்பாற்ற முடியும் என்கின்ற கொள்கை உறுதியை திரு. வி.க. நூற்றாண்டு விழாவில் நாம் அனைவரும் ஏற்றுக் கொள்ளவேண்டும்.

முற்றும்.

★ ★ ★

9 788199 705975

Printed at Repro India Ltd.